મૉરિસ હૉર્ન, વર્લ્ડ ઍન્સાયક્લોપીડિયા ઑફ કૉમિક્સના ઍડિટરે કાર્ટૂનિસ્ટ પ્રાણને વૉલ્ડ ડિઝની ઑફ ઇન્ડિયા કહ્યા છે. એમની કૉમિક્સ પેઢી દર પેઢી વધી રહેલાં નવયુવાનોની હંમેશાં સાથી રહી છે, એમણે એના કૅરેક્ટર્સ ચાચા ચૌધરી, સાબૂ, શ્રીમતીજી, પિંકી, બિલ્લુ, રમન વગેરેના મનોરંજનની ભરપૂર મજા ઉઠાવી છે. એમના ૫૦૦થી વધારે ટાઇટલ્સ માર્કેટમાં વેચાઈ રહ્યા છે અને સ્ટ્રિપ્સ ડઝનો ન્યૂઝ પેપર્સમાં છપાઈ રહી છે! ચાચા ચૌધરી પર આધારિત બનેલી ટી.વી. સીરિયલ સતત ૬૦૦ ઍપિસોડ્સ સુધી એક મુખ્ય ચેનલ પર બતાવવામાં આવ્યા!

વિશ્વના કેટલાય દેશોનું ભ્રમણ કરી ચુકેલા, ત્યાંની કૉન્ફરન્સોમાં કાર્ટૂન્સ પર સ્પીચીસ આપવાવાળા પ્રાણને લિમ્કા બુક ઑફ રેકૉર્ડ્સે પીપલ ઑફ ધી યર ઍવૉર્ડથી સન્માનિત કર્યા છે. ૧૯૮૩માં એમની કૉમિક બુક - 'રમન, હમ એક હૈ'નું વિમોચન તત્કાલીન પ્રધાનમંત્રી શ્રીમતી ઇન્દિરા ગાંધીએ કર્યું.

- પ્રકાશક

કોઈ તો બીમાર હશે

હું ચેક કરું છું.

તમારી દાદી વૃદ્ધ છે. એમના દાંત ખરાબ હશે. હું ચેક કરું છું.

મ્હોં ખોલીને બતાવો, દાદી.

દાંત બતાવવા માટે મ્હોં ખોલવાની જરુર નથી.

તમે દાંત એમ જ જોઈ લો.
!!

તારા દાદાજી જરુર બીમાર હશે.

હું એમને ચેક કરું...

...છું. આઉ!!
ભડાક!!

અરે!

ડૉક્ટર બાગવાને!
અ...હા!... હા.
તમે ઠીક તો છોને?

હા! હું બિલ્કુલ ઠીક છું.

હું તારા ઘરમાં દર્દી શોધીને રહીશ. આ ખિસકોલી.
કુટકુટને કશું નથી થતું.

એવું નથી કહેતા.

બની શકે છે આ બીમાર હોય.

હું ચેક કરું છું.

ચીં!!

આઉ!
આહ હ!

ભડાક ક!

આઉ ઊ!

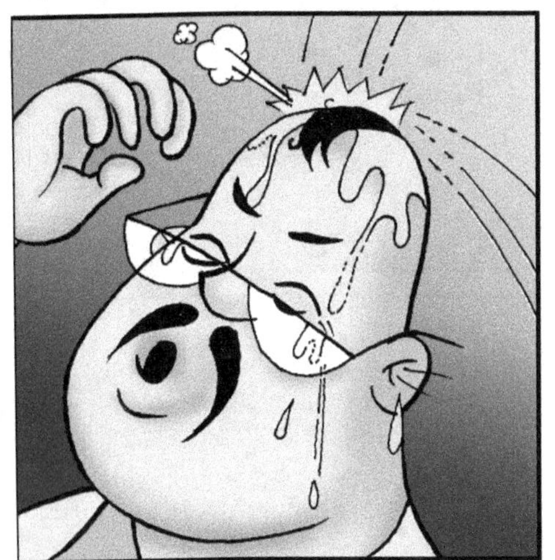

હું ક્યાં છું?

અભિનંદન ડૉક્ટર બાગવાને
અમારા ઘરમાં તમને એક દર્દી મળી ગયો.

અને તે તમે છો.

પિંકી ભૂખની વ્યવસ્થા

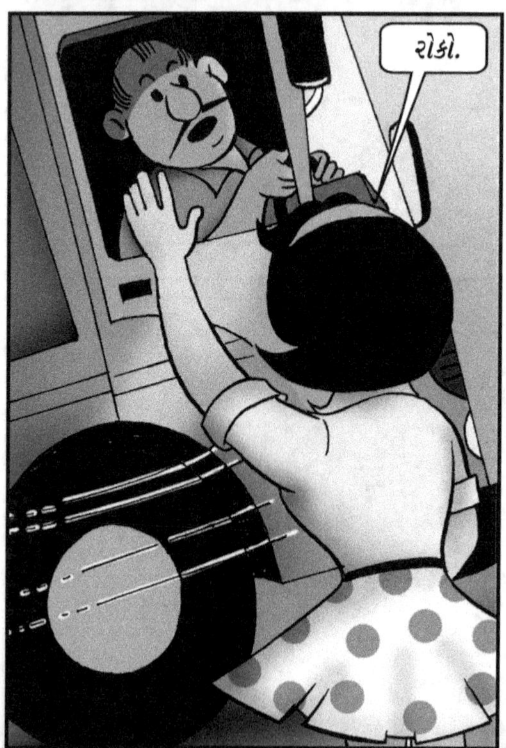

ચીં!!

ક્યાં જવું છે?
જવું ક્યાંય નથી. અમારા બંનેમાં શરત લાગી હતી કે આવવાવાળી બસનો કંડકટર મૂંછોવાળો હશે.

આથી મેં બસને રોકાવી

હું શરત હારી ગઈ, તમારી તો મૂંછો છે જ નહીં.

હવે તો ભૂખ લાગવા લાગી છે પિંકી!
તે સામે શુહિના આંટીનું ઘર છે, ત્યાં જ જઈએ, કશું ખાવા.

ના બાબા ના, તું જાણતી નથી કે શુહિના આંટીને, તે વાત-વાતમાં ગુસ્સે થઈ જાય છે.

પછી ગુસ્સામાં એમની સામે જે વસ્તુ પડી હોય, એને ફેંકીને મારે છે.
એવું?

આંટીની પાસે ઘણાં બધા ફળ છે.

પછી તો લાગે છે આપણી ભૂખની વ્યવસ્થા થઈ ગઈ.

હાય! પિંકી!
હાય! શુહિના આંટી.

આંટી, તમારી નાક જોઈને મને એક સારી વસ્તુ યાદ આવે છે.
સારું! કઈ વસ્તુ?

પકોડા!

ગુર્ર ર્ ર. પિંકી તારી આ મજાલ.
મારી નાક પકોડા!

ગુર્ર ર્!!
ગુર્ર ર્!
ગુર્ર ર્!!!

કેચ કર.

ગુર્રર્રર્ર!

બસ શુહિના આંટી!

અમારા ખાવાની વ્યવસ્થા થઈ ગઈ.

પ્રા૦૧
ચાચા ચૌધરી
અને
કિસ્પીનો જાદૂ

WASHINGTON

ચાચા ચૌધરી
અને ક્રિસ્પીનો જાદૂ
AIRPORT
ચાચા ચૌધરી, આપણે આટલી વહેલી સવારે વિમાની મથક તરફ કેમ જઈ રહ્યાં છીએ?
વિમાની મથક તરફ.
શું કોઈ વિશેષ વ્યક્તિ આવી રહ્યો છે?
AIRPORT
આપણે અહીંયા એક ખાસ મહેમાન ક્રિસ્પી, જે વૉશિંગટન ઑસ્ટેટ, યૂ.એસ.એ.થી આવી રહ્યાં છે, એમના સ્વાગત માટે આવ્યા છીએ.

આનાથી પહેલાં મેં આ નામ નથી સાંભળ્યું.
વૉશિંગટનમાં પેદા થવાવાળા સફરજન વિશ્વભરમાં સૌથી ઉમદા છે.
પેસેફિક ઉત્તરી દક્ષિણી અમેરિકામાં ૫૦૦૦ એકર ક્ષેત્રમાં વૉશિંગટન સફરજન પેદા થાય છે.
આ સ્થાન પહાડી ક્ષેત્રમાં હોવાને કારણે સફરજન પેદાવાર માટે સર્વોત્તમ છે.
તમને લાલ રસીલા સફરજન પણ મળે છે.
સમુદ્રી સપાટીથી ૩૦૦૦ ફૂટની ઊંચાઈ પર હોવા છતાં પણ તે તાજા અને ખનિજયુક્ત પાણીથી ખેતી કરે છે.

WASHINGTON
Tasty delight
WASHINGTON
No other apple comes close.
apples@scs-group.com • bestapples.com
facebook.com/WashingtonApples.India
twitter.com/WApplesIndia

WASHINGTON
મને ભૂખ લાગી છે
અહીંયા અમારો મિત્ર ક્રિસ્પી છે.
ભારતમાં તમારું સ્વાગત છે
Wholesome health 
WASHINGTON
No other apple comes close.
apples@scs-group.com • bestapples.com
facebook.com/WashingtonApples.India
twitter.com/WApplesIndia

મારી બુદ્ધિ એ બતાવે છે કે ક્રિસ્પી અમેરીકાથી ભારત આવી ચુક્યો છે.
જો આપણે એનું અપહરણ કરી લઈએ, તો સારી એવી રકમની માંગ કરી શકીએ છીએ.
ઊભા રહો! અમે ક્રિસ્પીનું અપહરણ કરવા જઈ રહ્યાં છીએ.
અમે સાંભળ્યું છે કે તમે વૉશિંગટન ઑસ્ટેટથી સફરજન લઈને આવ્યા છો.
તે ડગડગના પાછલા હિસ્સામાં રાખી રહ્યાં છે.

WASHINGTON

હૂબા-હૂબા!!

ધડાક ક!
સરરર!

WASHINGTON
No other apple
comes close.
apples@scs-group.com • bestapples.com
facebook.com/WashingtonApples.India
twitter.com/WApplesIndia

Washington Apples
contain almost zero
fat and cholesterol.

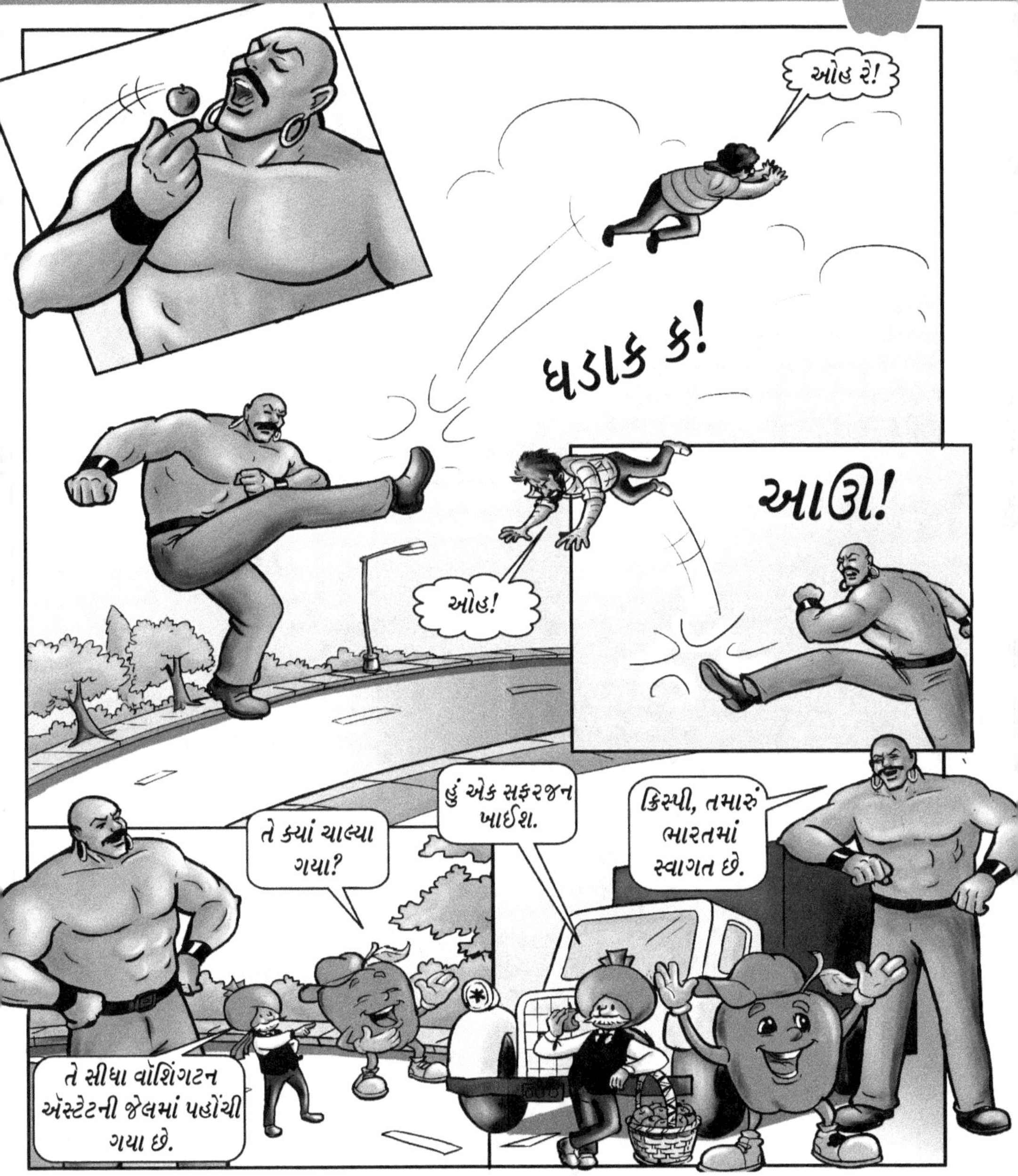

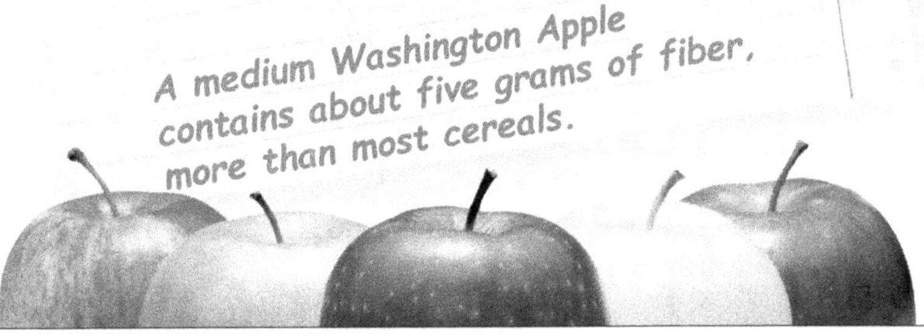

Washington
Apples

Wholesome health

Healthy eating doesn't get better than this.
Every bite of Washington apples is filled
with juicy goodness.
So go ahead, take another bite!

apples@scs-group.com • bestapples.com
facebook.com/WashingtonApples.India
twitter.com/WApplesIndia

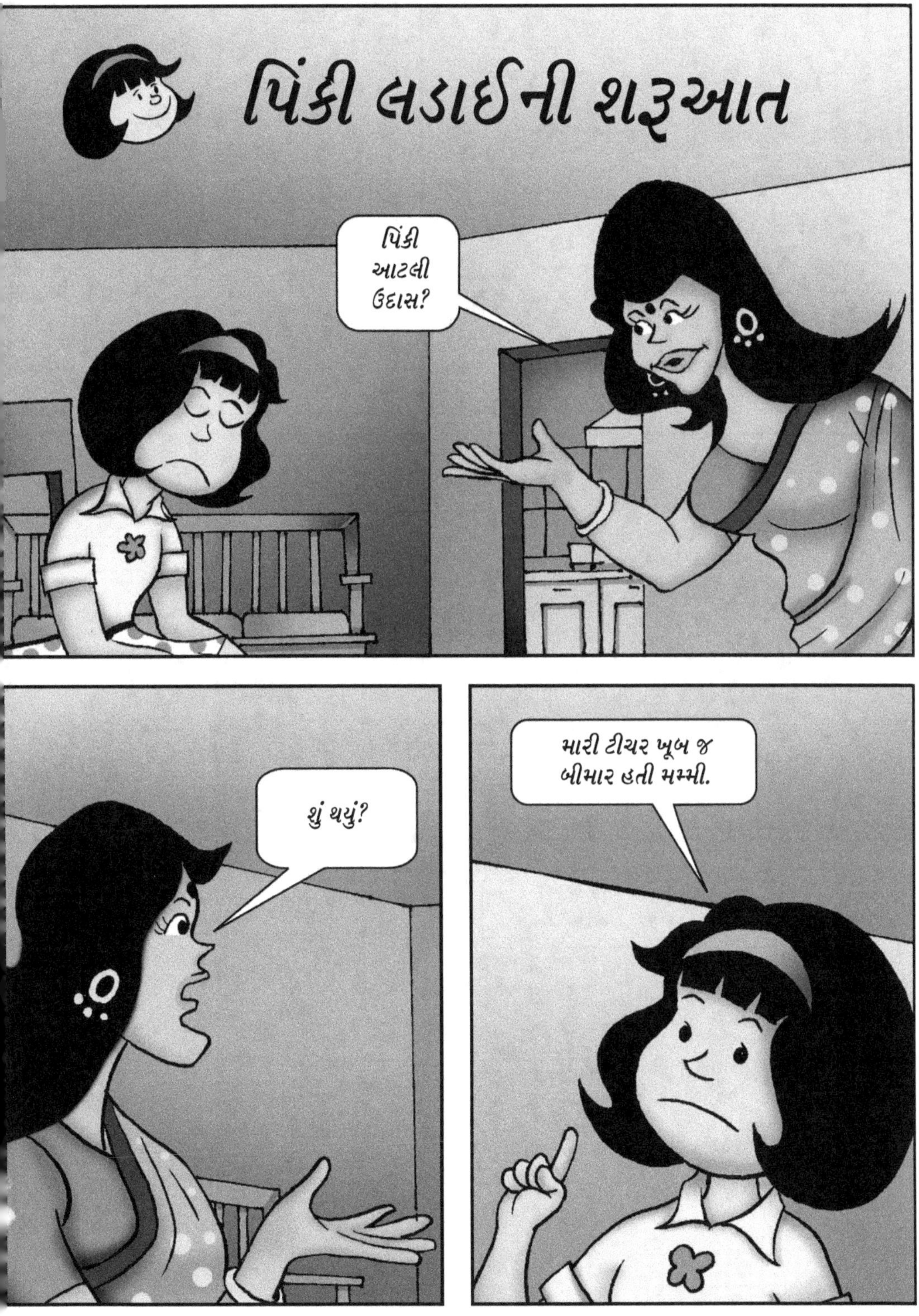

પિંકી લડાઈની શરુઆત

તો શું તે વધારે બીમાર થઈ ગઈ?

ના!

બિલ્કુલ ઠીક થઈ ગઈ છે.

એમણે મને એક જરૂરી હોમવર્ક કરવા આપ્યું હતું.

જેને હું હજુ સુધી નથી કરી શકી.

ઉદાસી છોડો પિંકી!

હોમવર્કનો વિષય બતાવો, હું તારી મદદ કરીશ.

લડાઈ કેવી રીતે શરુ થાય છે, એ વિષય છે.

ખૂબ મુશ્કેલ વિષય છે શું પપ્પા?

ના, ના.
હું બતાવું છું.

કલ્પના કરો કે તારી મમ્મી અને એમની સ હેલીમાં સાડીને લઈને વિવાદ થઈ જાય.

એક મિનિટ ઊભા રહો, એવા ખોટા ઉદાહરણ બાળકની સામે કેમ આપી રહ્યાં છો.

આ તો બાળકને બહેકાવાનું થયું.

જુઓ હું બાળકને બહેકાવી નથી રહ્યો.

એકદમ બહેકાવી રહ્યાં છો.

ચુપ કરો તમે.

તમે ચુપ કરો.
તમે ચુપ.
તમે બંને ચુપ થઈ જાઓ.

હું સમજી ગઈ છું કે, લડાઈ કેવી રીતે શરૂ થાય છે.

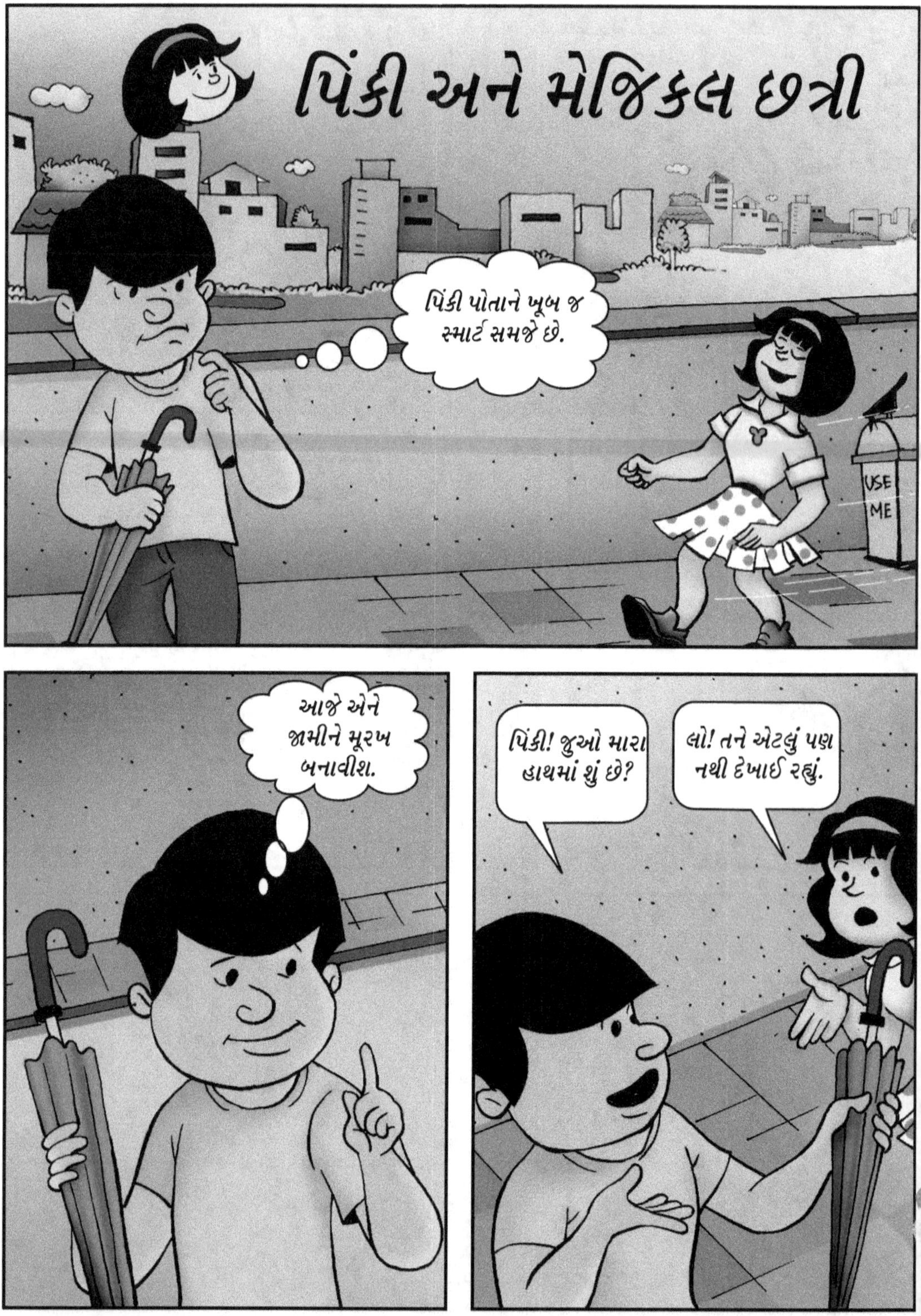

પિંકી અને મેજિકલ છત્રી

રેડ કલરની છત્રી છે.
આ છત્રી મેજિકલ છે.

એની નીચે જે આવશે. તે તારા વિશે જ વિચારશે.

એને લઈના જા. સાંજે પાછી આપી દેજે.
ઠીક છે.

તડકાથી બચવા માટે છત્રી.

શું હું તારી છત્રીની નીચે આવી શકું છું?
કેમ નહીં? નિક્કી.

મેં તારાથી કેટલાય દિવસ પહેલાં કેટલાક પૈસા ઉધાર લીધા હતાને.

આ લો.

તડકામાં કેમ ચાલી રહ્યો છે રોની. મારી છત્રીની નીચે આવી જા.

થેંક્યૂ પિંકી.

લે તું પણ ચૉકલેટ ખા.

વાહ! રોની પોતાના હિસ્સાની ચૉકલેટ ખવડાવી રહ્યો છે.

વાહ! શું વાત છે આ છત્રીની.

રપટજી! તડકાથી બચવું છે, તો આવી જાઓ.

થેંક્યૂ પિંકી.

હું એક નવી ગેમ લાવ્યો છું. જ્યારે પણ રમવાનું મન કરે, મારા ઘેર આવી જજે.

આ છત્રીએ તો કમાલ કરી દીધો.

સાંજે...
આ છત્રી તો ખરેખર મેજિકલ છે.

મોટા કામ કર્યા આ છત્રીએ.

હું પિંકીને મૂરખ બનાવી રહ્યો હતો, સંયોગથી એની સાથે આજે સારું જ થયું.

તે પણ આ છત્રીના કારણે.

શું ખરેખર આ છત્રીના કારણે કોઈ કોઈની પાછળ પડી શકે છે?
ફાં!!
ફાં!!

ફાં!!
બચાવો!
છત્રીએ

સાંઢ તારી પાછળ... જરૂર તારી મેજિકલ છત્રીનો કમાલ છે.
© PRAN'S FEATURES

પિંકી ગંભીર બીમારી

આટલા પરેશાન કેમ છો ભોલૂ પહેલવાન?
મારી ટાંગોનો રંગ અચાનક આસમાની થવા લાગ્યો છે. ખબર નહીં કેમ?

ઓહ! શરીરનું કોઈ અંગ ત્યારે જ આસમાની થાય છે, જ્યારે એમાં ઝેર ફેલાઈ જાય.

કોઈ ગંભીર બીમારી લાગે છે.

હું એની સારવાર શોધીને હમણાં આવી.

મારા દાદાજીના જૂના નૂસખાંની આ પુસ્તક ક્યારે કામ લાગશે.

એમા તમારી આસમાની થતી ટાંગોની સારવાર લખી છે.

થોડી મોંઘી છે.
કોઈ વાંધો નહીં.

જલ્દી જ...
દસ હજાર રુપિયા લાગી ગયા.
તો શું થયું?

એનાથી તમારી ટાંગોનું આસમાનીપણું ઠીક થઈ જશે

થોડા દિવસો પછી...
બહૂઊં!!
બહૂઊં!!
શું થયું?

મારી ટાંગોનું આસામાનીપણું ના ગયું.
ઓહ! લાગે છે કે કોઈ ગંભીર બીમારી છે.

આમાં એવી બીમારી માટે એક તેલ લખ્યું છે. મોંઘું છે. પરંતુ ખૂબ સારું છે.

હું હમણાં લાવું છું.

શાબાશ! હવે આ તેલને પગો પર ખૂબ લગાવો.

ઠીક થઈ જશે.

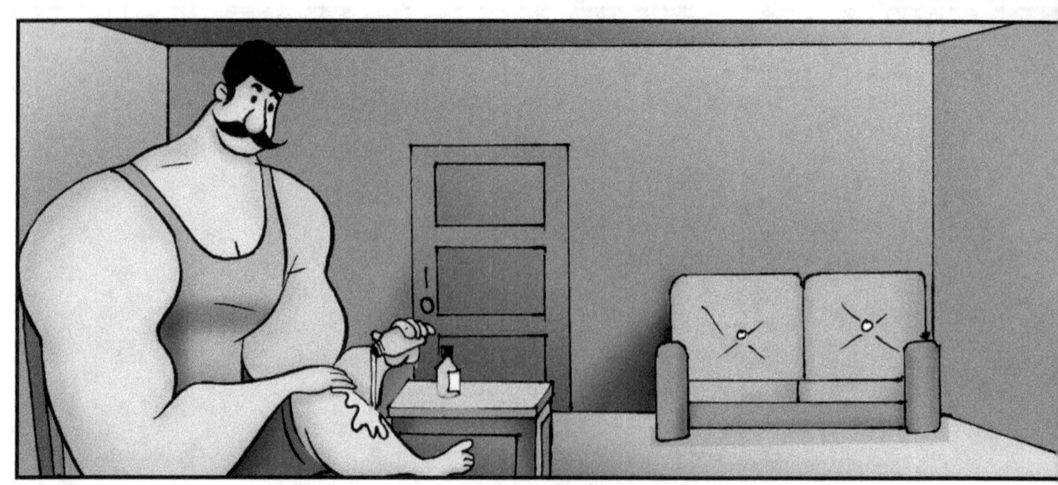

બહૂ હૂ હૂ!
હવે શું થયું ભોલૂ પહેલવાન?

જુઓ!

તમારી ટાંગોનો રંગ જોઈને હવે તો એક જ પરિણામ નિકળે છે.

તમારી લુંગીનો આસમાની રંગ છૂટીને તમારી ટાંગોને લાગી રહ્યો છે.

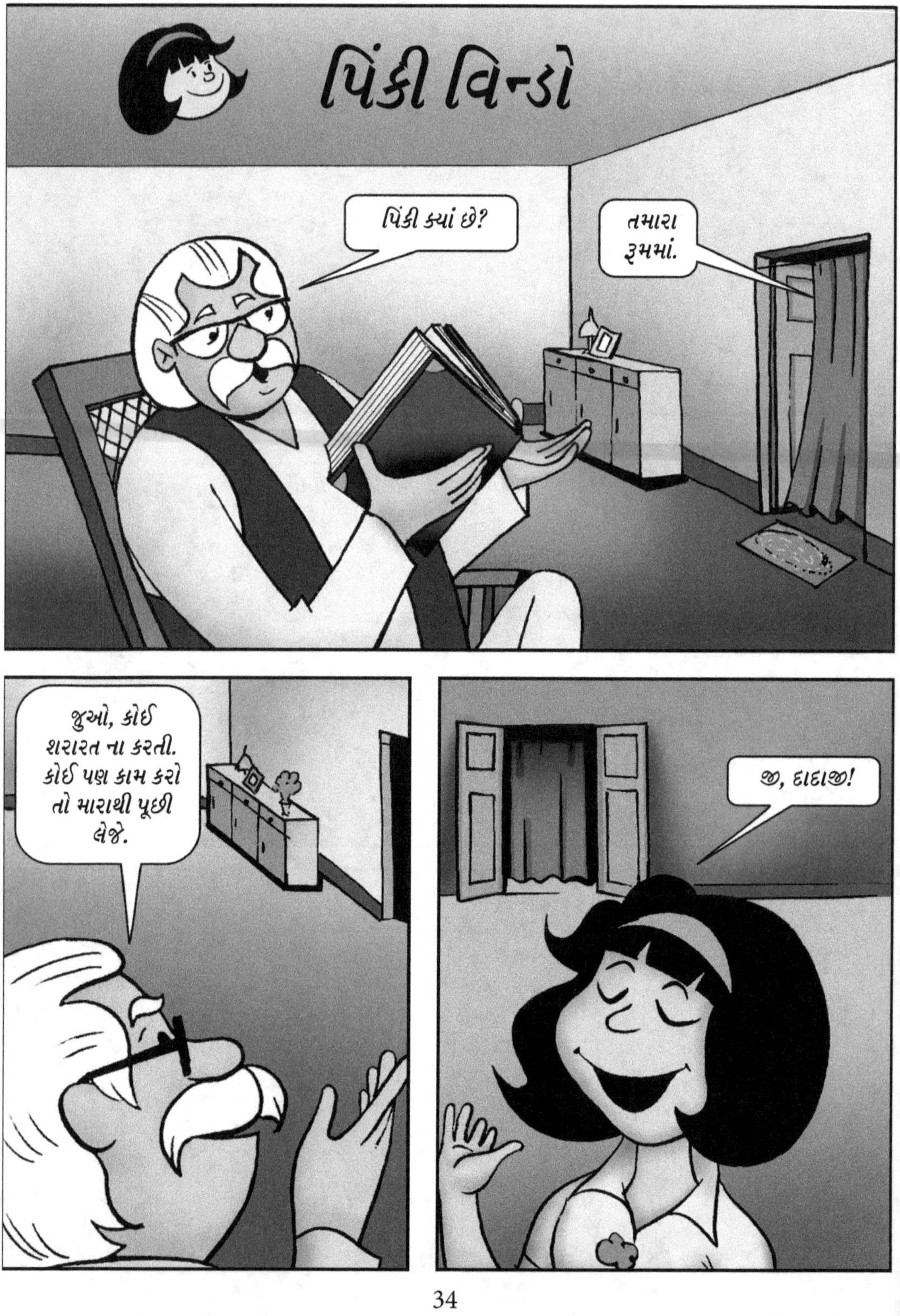

પિંકી ક્યાં છે?
તમારા રુમમાં.

જુઓ, કોઈ શરારત ના કરતી. કોઈ પણ કામ કરો તો મારાથી પૂછી લેજે.

જી, દાદાજી!

જલ્દી જ...
લાગે છે દાદાજીથી પૂછવું પડશે.

દાદાજી!
પિંકી હું જરૂરી કામ કરી રહ્યો છું. પરેશાન ના કરો.

દાદાજી તે...
સારું જલ્દી બતાવો, શું કામ છે?

દાદાજી વિન્ડો નથી ખુલી રહી.

બસ આટલી વાત. થોડું તેલ ગરમ કરીને નાખી દો, ખુલી જશે.

35

દાદાજી તે...
જુઓ પિંકી વધારે સવાલ કરીને સમય ના ખરાબ કરો.

જાઓ, જેવું મેં કહ્યું તેવું કરો.

ઠીક છે.

જલ્દી જ...
દાદાજી!
પિંકી તૂં?

સારું બતાવો, હવે શું છે?
દાદાજી વિન્ડો હજુ પણ નથી ખુલી રહી!

તેલ નાખ્યા પછી પણ ના ખુલી?
જી નહીં.

તો પછી એવું કરો, એના પર હળવી-હળવી ઠેસ મારો. ખુલી જશે.
પરંતુ દાદાજી તે...

પિંકી!
સૉરી દાદાજી, હું જાઉં છું અને એ જ કરું છું, જે તમે કહ્યું.

ગુડ ગર્લ.

જલ્દી જ...
છનાક!
અરે!

આ પિંકીએ શું તોડ્યું?

હે ભગવાન! મારું લેપટૉપ.

તેં લેપટૉપ કેમ તોડ્યું પિંકી?
હુ એની જ તો વિન્ડો ખોલવાનો પ્રયત્ન કરી રહી હતી, તમે પહેલા એના પર તેલ નાખવાની સલાહ આપી...

પછી ઠેસ મારવાની. તમારી સલાહનું જ આ પરિણામ છે.

હે ભગવાન! મને શું ખબર હતી કે, તૂં કૉમ્પ્યૂટર વિન્ડોની વાત કરી રહી છે.

પિંકી
બાબા કલંદર

સાંભળો...સાંભળો! તમારી દરેક મનોકામના પૂરી કરશે, કલંદર મહારાજ.
HOT
SOAP

મહારાજ! આજે મારી ક્રિકેટ મેચ છે.
બાળક, બાબા કલંદરનો પ્રસાદ ખાશો તો સેન્ચુરી બનાવશો. કિંમત ૫૧ રૂપિયા.

આ લો પૈસા. પ્રસાદ આપો.

સોનેરી તક! પ્રસાદ ખાઓ અને સફળ થઈ જાઓ.
પિંકી! મને પણ પ્રસાદ ખવડાવી દો.
ચમ્પૂ! મારી સાથે ચાલો.

લો, બાળક. આને ખાઓ. તારી જીત થશે.

સરાટ ટ!

ધડાક ક!

આઉટ!
હેં?? આ કેવી રીતે થઈ ગયું? બાબા કલંદરે કહ્યું હતું કે, હું સો રન બનાવીશ. મેં એમનો પ્રસાદ ખાધો છે.

અને મેં ડબલ પ્રસાદ ખાધો છે. મેં બાબાજીને ૧૦૧ રુપિયા આપ્યા, એમણે મને પહેલી બૉલ પર બેટ્સ-મેનને આઉટ કરવાના આશીર્વાદ આપ્યા હતા.
એવું?

ભાગો!

પિંકી
પૉપ સિંગર

પિંકી! હું કેવો દેખાઉં છું?
ચમ્પૂ! આ શું વેશ બનાવી રાખ્યો છે?

હું છું, ભારતનો માઈકલ જેક્સન. પૉપ સિંગરનો જરા હટીને લુક હોય છે.

મારું નવું ગીત સાંભળો. મને કહેતા પાગલ ઝલ્લા...જાગી ઊઠ્યો બાગડ બિલ્લો...

આવ્યો જુઓ માઈકલ, એની પંક્ચર સાઈકલ. રૉક-એન-રોલ...વગાડો તબલા અને ઢોલ.

વાહ! તારા જેવા સિંગરે તો વિદેશમાં પરફૉર્મ કરવું જોઈએ.

આ લો વિદેશ યાત્રાની ટિકિટ. ત્યાં જઈને પોતાના સંગીતની ધૂમ મચાવી દો.
થેંક્સ! તમે એક સાચા કદરદાન છો.

મારી એ.સી. કાર તને ઑરપોર્ટ છોડવા માટે તૈયાર છે.

બાય! બાય! માઈકલ જેક્સન જૂનિયર!
ત્યાં તું કોઈને ડિસ્ટર્બ નહીં કરી શકે.
રાજા સાહેબ! તમે એને ક્યાં મોકલ્યો છે?

જ્યાં તે બેસુરો ગાયક કોઈની શાંતિ ભંગ ના કરી શકે.
એવી કઈ જગ્યા છે?

તે ફ્લાઈટ એને સહારા રણમાં છોડી દેશે. ત્યાં એના કાન-ફોડું સંગીતને સાંભળવાવાળું કોઈ નહીં હોય.

પિંકી
બેડમિન્ટન

જાઓ, બહાર જઈને રમો. ટી.વી. જોઈશ, તો વિજળીનું બિલ વધારે આવશે.

સિલ્કી! તું બસ ખાતી રહે છે. તારે કસરત કરવી જોઈએ.

ખાવાથી દાંતોની કસરત થઈ જાય છે.

કેમ ના આજે આપણે બેડ-મિન્ટન રમીએ?
ઠીક છે. તું કહે છે, તો એ જ ભલે.
CLUB

ડપ પ!

લો સંભાળો મારો તેજ શૉટ!
સ્ટાક ક!

શેતાન છોકરીઓ! તમે ક્લબની નેટ ફાડી નાંખી.

સિલ્કી! ભાગો!

લો પાંચ હજાર રુપિયાનું બિલ. અડધું તમે અને અડધું સિલ્કીની મમ્મી ભરી દે.
બિલ?
હા! પિંકી અને સિલ્કીએ ક્લબની નેટ ફાડી નાંખી છે.

પિંકીનો ડ્રામા

અંગ્રેજો! ભારતીયોને નબળા ના સમજો. બાળક-બાળક પોતાની માતૃભૂમિ માટે બલિદાન આપવા માટે તૈયાર છે.

અમે તમારો દેશ છીનવવા નથી આવ્યા, પછી તમે અમારો દેશ છીનવી લેવા કેમ આવ્યા?

યાદ રાખો! તમે અહીંયા ટકી નથી શકતા. તમારે અમારી ધરતીથી જવું પડશે.
પિંકી થાંભલાથી વાત કરી રહી છે? ક્યાંક તે પાગલ તો નથી થઈ ગઈ?

કેમ નહી હું પિંકીના આ પાગલપણાનો ફોટો ખેંચી લઉં. તે તસ્વીર બધા ફ્રેંડ્સને શેર કરીશ, બધા પિંકીની મજાક ઉડાવશે.

તમે અમને જંગની ધમકી આપો છો?..અમે ડરપોક નથી.
ચરા પાસે જઈને ફોટો લેવો જોઈએ.

ફિરંગીઓ!
પાછા
જાઓ.

ત્યારે જ.
સ્ટાક ક!

ધપ પ!

પિંકી! તારા દંડાએ મારા કેમેરાને તૂટવાથી બચાવી લીધો, નહીંતર દડો મારા કેમેરા પર આવી લાગતો.
ગારો, તું?

હું થાંભલાથી બોલતા તારો ફોટો ખેંચવા ઇચ્છતો હતો, હું એને તારું પાગલપણું સમજી બેઠો હતો.
તે હું ડ્રામા માટે રિહર્સલ કરી રહી હતી.

www.chachachaudhary.com

47

કૉન્સ્ટેબલ ગતકા! મેં એક ચોરને જોયો છે.
ક્યાં?

થોડી વાર પહેલાં તે અહીંયા
મને મૂરખ બનાવી રહી છે?
કૉર્પોરેશન કચરૂદાન

આક-છીં!
છીંકવાનો અવાજ. એ ચોરને શરદી હતી.

હા. તે આ જ છે.
ચલો, નીચે ઉતરો.

થેંક્સ પિંકી! હવે મારું પ્રમોશન થઈ જશે.